வாழ்தல் இனிது

ஜி. கே. ஞானதேசிகன்

notionpress.com

INDIA · SINGAPORE · MALAYSIA

ISBN 979-8-89446-666-8

Contents

⸻ ❀ ⸻

Contents

1. விநாயகர் துதி

தந்தையால் தலை ஈந்தான

தனயனால் கனி பெற்றான்

சிந்தையில் அவன் இருக்க

செயல் யாவும் சித்தியாகும்

புத்தியும் உடன் இருக்கும்

புனிதன் அடி போற்றுதூம்

2. வெற்றி

ஆனைமுகன் மாங்கனியை அடைய வெற்றி
ஆறுமுகன் கோபத்தில் கோமணத்தாண்டி
அட்டாடி ஐவருக்கு கிட்டா வெற்றி
அவர்தம் பத்தினியைத் துகில்உரித்தாண்டி

மரணப்படுக்கையில் யாசகம் பெற்று
மாலவன் பாரதப்போரில் வெற்றி
மறைந்திருந்து ராமன் வதம் செய்ய
மகுடம் சுக்ரீவன் பெற்று வெற்றி

வெற்றிக்கு ஏதும் இல்லை விதிமுறை
ஏற்றம் ஒன்றே வாழ்வின் நடைமுறை
வீரம் விவேகம் வெற்றியின் கலவை
விழிப்புடன் செயல்பட செழித்திடும் வாழ்க்கை

பொன் புகழ் பொலிவுதான் தரும்

தன்னிகர் யார் எனத் தலைக்கனம் வரும்

சுற்றம் நட்பும் சூழ்ந்துனைப் பாடும்

சுயநலம் மிகும் : சுய உரு மாறும்

ஆதலின்

வெற்றியில் உயர்வும் தோல்வியில் தாழ்வும்

ஒன்றெனக் கொள்க உண்மை தெளிக

அவனருள் என்றே அவன்தாழ் வணங்கி

அலைகடல் மனமதில் அருள் ஒளி ஏற்றுக

3. பக்தி

தந்தை தவ பக்தியால் சாகா வரம்பெற

தனயன் தன் பக்தியால் அவன் செறுக்கருக்க

உக்கிர நரசிம்மர் உலர் மாலைப் பொழுதில்

உருக்குலைத் தவன் உயிர் குடித்தாரே

மரணம் ஜனனம்: ஜனனம் மரணம்

மானுட வாழ்வில் வரும் புனர் ஜென்மம்

ஊழ்வினை உறுத்து வந்தூட்டும்

வாழ்க்கை சூழலில் பக்தியே மீட்கும்

மரண பயம்; ஆட்கொல்லி கிருமியால்

உரிமை பயம்; சிறைமீழ் சின்னம்மாவால்

வறுமை பயம்; வாட்டிய முழு ஊரடங்கால்

பெரும் பயம் நீங்கும் இறைஅருளால்

பொங்கலிட்டு ஆடு படையலிட்டு

பூசை புனஸ்கார வேழ்வியோடு

சங்கல்பம் தானம் செய்திட்டால்

சாமி வரம் தான் தந்திடுமோ

அறுபத்து மூவரும் ஆழ்வார் நாயன்மாரும்

அருளிய திருமறை திருவாய்மொழி ஓத

தூங்காமல் தூங்கி பெருமான் நின்நினைவில்

நீங்காமல் நின்று நிலைபெற முக்தியாம்

4. உற்சாகம்

உற்சாகம் ஓர் தேவாமிர்தம்

உடலில் சேர உத்வேகம் வரும்

அண்ணல் நோக்க அவளும் நோக்க

அவள் விழிபேச அவன் வில்லை வளைக்க ....

ஊக்கம் கைவிடேல் எனுமொரு

வார்த்தை போதும் நீ உயர

ஊக்கம்தன் உந்து சக்தியால்

ஆக்கும் செயல் யாவும் ஆக்கமே

பல்கலை வித்தகர்க்குப் பரிசும் புகழும்

பயில்வோர்க்கு பட்டமும் பதவியும்

உழைப்போர்க்கு ஏற்றதோர் ஊதியமும்

ஊக்கமுடன் செயல்பட உதவிடுமாம்

உன்னைத் தாழ்வாய் உண்ணுதலே

உன்னை வீழ்த்தும் ஆயுதமாம்

உற்சாகமாய் இருந்திடலே அதை

உடைத்தெறியும் கேடயமாம்

மண்ணில் மகத்தாய் வாழ்ந்து காட்ட

உன்னைப்போல் யாருளர் என்றுணர்

இடர் துயர் வரினும் அயராது எழுந்திட

உடன்வரும் ஊன்றுகோல் ஊக்கமேயாம

5. துணிவு

உணர்வில் உருவாகி உயிரில் கலக்கும்
உயர்வில் பெருகும் உறுதுயரில் கரையும்
இருளில் மறையும்: மருக விலக
அருளாளர்க்கு அது எளிதாகும்

வேண்டுமாம் அது நல்வினை செய்யவும்
வேண்டுமாம் அது தீவினை ஆற்றவும்
நல்வினை செய்வோர் நாளும் நலம்பெற
வல்வினையாளர் வருந்தி இருப்பரே

செய்யவேண்டும் எனும் எண்ணம்
செயல் முடியும்வரை மனதில் நிலைபெற
தூய்மை துணிவு தானே வந்திடும்
வேதனை நீங்கி சாதனை படைத்திடும்

எண்ணித் துணிக துணிந்தபின் செய்க

துணிவே துணை என்ற எண்ணம் கொள்க

வலியைத் தாங்கும் இதயத்துடனே

வாழ்ந்து காட்ட துணிந்திடுக

கல்லைக் கட்டிக் கடலில் பாய்ச்சினும்

கலங்காதரசரின் திரு உள்ளம்

தடைகள் கண்டு துவண்டு விடாது

திடம்படு மெய்ஞானம் கிட்டியதே

6. பக்குவம்

உறவே பகையாக கலங்கிய விசயன்
உயரிய ஆத்மோபதேசம் கேட்டு
பக்குவப்பட்டு போர்க்களம் புகுந்து
பாரதப்போரில் செயம் கொண்டானே

நெய்ப்பாகில் கோதுமையை பதமாய் கிண்ட
வாயில் வழுக்கும் அல்வா வருமே

அந்நிய நாட்டில் தன்னிலை புரிந்து
ஒத்தது அறிந்து உயிர்வாழப் பக்குவம்

விதியின் பயனாம் துயர் என்றிராது
இதுவும் கடந்து போம்'எனும் பக்குவம்

சலனம் இல்லாப் பக்குவ மனத்தில்

சமநிலைப்போக்கும் சாந்தகுணமும்

சூழல் மாறினும் நிறம் மாறாது

வாழும் வாழ்க்கை வளமாய் மாறும்

7. எளிமை

வருமுன் காத்து வாழ்வதும் எளிமையாம்
வறுமை வந்தபின் வேறு வழியேது?
வளமாக வாழ்கையில் எளிமையாய் இருத்தல்
வாழ்வியல் கூறும் நற்பண்பாம்

இயல்பாய் இருக்க வாழ்வு எளிதாம்
இயல்பு அலாதன செய்யேல் எனும் அவ்வை
மெய்மையோடு வாழ்தல் இயல்பானால்
பொய்யும் புரட்டும் அதை வாட்டாதாம்

எண்ணியது எய்த எளிமையே வழி காட்டும்
உண்பது நாழி உடுப்பது நான்கு முழம்
ஆறடி மண்ணில் அடங்க இருப்போர்க்கு
ஆடம்பரம் ஆட்டம் அவசியமா ?

சிந்தனை செய்மின்; சிந்தனை செய்மின்

சீர்தூக்கிப் பார்த்து செயல்படுமின்

பெருந்தகை காந்தி அடிகள் போல்

இறைநினைவாய் எளிமையோடு வாழுமின்

சிந்தனை செய்மின்; சிந்தனை செய்மின்

சீர்தூக்கிப் பார்த்து செயல்படுமின்

பெருந்தகை காந்தி அடிகள் போல்

இறைநினைவாய் எளிமையோடு வாழுமின்

8. மரியாதை

அவிர்பாகம் தரமறுத்த மாமன் தட்சன்

அந்த யாகத்தீயில் விழுந்த அவன் மகள்

அதனால் மாமன் தலை கொய்த மருமகன்

அவமரியாதையில் உறவுகள் பகடை காய்கள்

உறவுகளிடம் மரியாதை அது பாசத்தால்

உயிர் நண்பனிடம் மரியாதை நேசத்தால்

ஆசானிடம் மரியாதை குரு பக்தியால்

மரியாதை நிறம் மாறும் உறவு முறையால்

மதியாதார் தலைவாசல் மிதியாதோர் பலருண்டு

மறப்போம் மன்னிப்போம் எனஉம் சிலருண்டு

அரும்பதவி பணத்துக்கு பெரு மதிப்புண்டு

அனலிடை மெழுகாய் அது உருக வாய்ப்புண்டு

அடிமை மனதை அகற்றும் உணர்வு

அதுவே சுய மரியாதை எனும் பண்பு

நற்செயல் செய்யவைக்கும் பாங்கு

நன் மதிப்பு மரியாதை கிட்டும் ஆங்கு

மதிக்காவிடினும் மிதிக்காதிருப்போம்

மனித நேயம் காத்து மகிழ்வோம்

மண்ணில் பதிக்கும் விதை நெல்லுக்கும்

மா புள் உளுவைக்கும் மரியாதை செய்வோம்

9. புன்னகை

பாஞ்சாலி எள்ளி நகையாட துரியோதனன் துள்ளி எழ

பாண்டவர் காயுருட்ட துச்சாதனன் துகிலுரிக்க

பாண்டவர் பல்லாண்டு பதுங்கி வாழ

பாஞ்சாலி புன்னகைத்து வந்த பாரதப்போர்

கள்ளச் சிரிப்பினால் காரியம்கை கூடிடினும்

உளமதில் குறுகுறுப்பும் குற்ற உணர்வுமாம்

கள்ளமிலாச் சிரிப்பில் பொலிவுறு முகமும்

உளமதில் மகிழ்வும் வரும் இறை அருளுமாம்

மழலைநகை வளர் நகை இளநகை முதுநகை

மாறிடும் பருவத்து மாறுமே முகநகை

இடுக்கண் வருங்கால் நகும் இயல்புடையோர்

இதுவும் கடந்துபோம் என்று இருப்பாரே

ஏழையின் சிரிப்பில் இறைவனைக் காணலாம்

காந்தியின் சிரிப்பில் கரன்ஸியைக் காணலாம்

கருப்பு பணமாய் அவர் பதுங்கி மறைய

கடனில் மடிந்து ஏழை இறைவனைக் காண...

10. சிந்தனை

புல்லும் மரனும் ஓரறிவினவே
பூதஉடலால் மட்டும் உணர்வனவே

நற்றும் முள்ளும் ஈரறிவினவே
நாவும் உடலுடன் சேர்வனவே

சிதறும் எறும்பும் மூவறிவினவே
சில்மூக்கும் அதனுடன் சேர்வனவே

நண்டும் தும்பியும் நான்கறிவினவே
நற்கண்ணும் அதனுடன் சேர்வனவே

மாவும் புள்ளும் ஐயறிவினவே
செவியும் அதனுடன் சேர்வனவே

ஆறறிஉயிரே மக்கள் தாமே
சேரும் இவ்வைந்துடன் சிந்தனையே

23

செய்கையை மாற்றும் சிந்தனையே
மெய்யது பொய்யெது ஆய்வதுவே

மதிநுட்பம் வினைத்திட்பம் வந்திடவே
மண்ணில் நல்ல வண்ணம் வாழ்ந்திடவே

11. இலட்சியம்

எண்ணிய எண்ணியாங்கு எய்துவதெப்படி
எண்ணியர் திண்ணியர் ஆகப்பெறின் அப்படி
திடமானதாய் திண்ணியர் திரிவது எப்படி
இடர்வரின் எதிர்கொண்டு எழுவது அப்படி

கண்ணன் ஏன் காதலன் என்றே
காத்திருந்த நாச்சியார்
நெற்றிக்கண் திறந்திடினும்
குற்றமே என்ற நக்கீரன்

தோல்வியே வெற்றியின் ஆரம்பம் என
துவளாது ஆராய்ந்த ஆல்வா எடிசன்

கறுப்பர் என்று இருக்கை மறுத்த

வெறுத்தவனை விரட்டிய காந்தி

எத்தனை எத்தனை சான்றோர் இதுபோல்

இலக்கினை எட்டி ஏற்றம் பெற்றார்

எனவே

அப்படி இப்படி எப்படியும் வாழாது

தப்படி ஆட்டம் தவிர்த்திடுவோம்

உயர் குறிக்கோளை மனதில் இருத்தி

உலகம் போற்ற வாழ்ந்திடுவோம்

12. அதிகாரம்

அதிகாரம் கிடைத்தது அரும்புரவிகள் வாங்க
ஆயின் சேனாபதி சிந்தையில் சிவனை வைக்க
குறுநரிகளை ஈசன் பெரும்புரவிகள் ஆக்க
திருவாதவூரார் திரு அருள் பெற்றாரே

அதி 'காரம்' மிகமிக அடிவயிறு கலங்குது
அந்தப் பொறுப்பு பெருஞ்சுமை ஆகுது
அரும்பதவி கிட்டக்கிட்ட பேர்புகழ் வருகுது
அடுத்தவர் மனத்திலோ அழுக்காறு ஊறுது

குரங்கு கையில் அது பூமாலை ஆகலாம்
குணவானிடம் பெட்டிப் பாம்பாகலாம்
எரிந்து விழுதல் இயலாமையின் பாலாம்
ஆர்ப்பரித்தல் அகந்தையின் விளைவாம்

கடமை கண்ணியம் கட்டுப்பாடுடன்

களப்பணி ஆற்றத் தலைவன் ஆகலாம்

தலைமையேற்று அதிகாரம் மிக மிக

தன்னிலை மாறாது நன்மையே செய்யலாம்

13. மிக்ஜாம் புயல்

மரங்கள் உடைய

மழைநீர் ஓட

மின்தடை கூட

மிக்ஜாம் ஆடிய

ஆடல் கண்டோம்

அச்சம் கொண்டோம்

அடவியை அழிக்க

அவனியும் அழியும்

இப்புயல் இயம்பும்

இப்பாடம் என்றும்

செவிடன் காதில்

ஊதிய சங்கே

14. உழவர்திருநாள்

பழையன கழிதலும் புதியன புகுதலும்
போகியாம் பொங்கல் முதல் நாளாம்

அறுத்த நெல்லுடன் கிழங்கு கரும்பும்
ஆதவன் தொழுது பொங்கலிட்டும்
புவியில் உழவரை போற்றிப் பாடும்
பொங்கல் திருநாள் மறுநாளாம்

உழவு மாடும் பசுவும் கன்றையும்
தொழ வருவது மூன்றாம் நாளாம்
உற்றார் சுற்றம் நட்புடன் கூடி
உவப்பதுவே காணும் பொங்கலாம்

நன்னாள் நான்கும் நல்திரு நாளாம்

இந்நாள் இவையோ காட்சிப் பொருளாம்

பட்டி மன்றமும் பலவும் காணப்

பெட்டியில முடங்கும் பேதைமையாம்

இதுவே

பழையன கழிந்து புதியன புகுதலாம்

15. இயற்கை

❈

நிலம் தீ நீர் வளி விசும்போடு ஐந்தும்
கலந்த மயக்கம் உலகம் ஆதலின்
புல்பூண்டு மரம் செடி கொடியும்
புவியில் இயற்கை தரும் வரமாம்

அண்டமும் பிண்டமும் ஒன்றேயாம்
உன்னிலும் உண்டு இவ்வைந்துமாம்
வாத மலம் பித்தம் கபம் சுரமென
வகையின்றி வாழ வரும் பிணியாம்

வீசு தென்றலும் வீங்கிள வேனிலும்
நச்சு காற்றாய் சுவாசம் தடைபட
மூசு வண்டறை பொய்கையும் புனலும்
தூசும் தும்புமாய் கழிவுநீர் கலந்திட

இயற்கையோடு இயைந்து வாழாவிடில்

இயற்கை விரைவாய் எய்திடலாம்

நாளும் கோளும் நலியாதிருக்க

நம் சுற்றுச் சூழலைக் காத்திடலாம்

16. பெண்மை

செறிவும் நிறைவும் செம்மையும் செப்பும்
அறிவும் அருமையும் பெண்பாலராம்
அன்றே தொல்காப்பியன் சொன்னாராம்
அதுவே இன்றைய நிலையும் தானாம்

வேலை கல்வி விரும்பும் சுதந்திரம்
வேண்டியதை அடையும் பொருளாதாரம்
பாரதி பாடிய புதுமைப் பெண்ணாம்
பாரினில் அவள் ஆணுக்கு நிகராம்

புலியைப் புறங்காட்டி ஓட்டிய வீரம்
நலிந்தோர் பசி போக்கிய நல்லிதயம்
ஆத்திசூடியின் நுண்மாண் நுழைபுலம்
ஆலவாய் எரித்த கற்பின் அருந்திறம்

மாதவம் செய்திட்ட மங்கையர்காள்

சாதனை பலப்பல செய்வீரே

உள்ளங்கையில் கணினி உண்டு

உலக சாதனைகள் படைப்பீரே

17. எது சுதந்திரம்

மேலாதிக்கம் இல்லா நிலையே
மேவு சுதந்திரம் என்பது காண்
பிரிவினை வாதம் பெரும் பகையே
பேதமையால் அது வந்ததுகாண்

சொல்லில் எழுத்தில் பேசும் மொழியில்
நல்லதோர் வாழ்வில் மத வழிபாட்டில்
பிறர் தலையீடு இல்லா நிலையே
பெரிதும் போற்றும் சுதந்திரமாம்

யாதும் ஊரே யாவரும் கேளீர்
இதுவே தமிழன் வேதம் பாரீர்
சாதி இரண்டே உண்டெனபீர்
சமுதாய நலம் அது என்பீர்

18. மங்களம்

—◆◆—

திங்களை சூடித் திருமேனியில் நீறுபூசி

மங்களம் தரும் மங்கலக் குடியோன்

அலைவாணரை உயிர்ப்பித்து மனையாள்

தாலி காத்த பிராண நாதேஸ்வரன்

விளக்கு பூமலர் மஞ்சள் குங்குமம்

வெற்றிலை தேங்காய் பழம் சந்தனம்

அட்ட மங்கலப்பொருள்களாகும்

ஆரன்முளா மங்கலக் கண்ணடியுமாம்

கருட தரிசனம் காண மங்களம்

வீடு கட்டக் குரு யோகம் மங்களம்

பங்குனி உத்திரம் முருகன் தரிசனம்

பார்த்தவர் செயல்கள் யாவும் மங்களம்

மங்களம் வேண்டின் மங்கலம் வேண்டும்

மங்கலமாய் மனை மாட்சி வேண்டும்

நன்மக்கட் பேரும் ஆங்கு வேண்டும்

நல்லறமாய் வாழக் கொடுப்பினை வேண்டும்